பனை மரம்-2

வி.எஸ்.ரோமா

ISBN 978-1-63997-297-5

பொருளடக்கம்

1

நமது மாநில மரமான பனை மரங்களின் சிறப்பம்சங்கள்!

எத்தனை பயன்கள் கொண்டது நம் பனை மரம். நமது மாநில மரமான இந்த பனை மரத்தை கற்பகத் தரு என்று அழைக்கிறார்கள். ஏன் தெரியுமா... ஏன் என்றால் இதன் வேரிலிருந்து கடைசி குருத்து ஓலை வரை அத்தனையும் அற்புதமான பலன்களை தரவல்லது.

இலக்கண இலக்கியங்களை சுமந்தவை

அந்தக் கால கட்டத்தில் இயற்றப்பட்ட இலக்கண நூல் தொல்காப்பி-யத்திலும், பத்துப்பாட்டு எட்டுத்தொகை நூல்களிலும் பனைமரங்கள் பற்-றிய பாடல்கள் இடம் பெற்று உள்ளது. அது மட்டுமின்றி இலக்கண இலக்கிய நூல்கள் அனைத்தையும் சுமந்தவை இந்த பனை ஓலைகள்.

எல்லா மண்ணிலும் வளரும்

கடற்கரை பகுதி உட்பட அனைத்து பகுதிகளிலும் வளரக் கூடிய மரங்களில் இதுவும் ஒன்று. வறட்சியை தாக்குப் பிடிக்கும் தன்மை உடையது. நம்ம ஊர் குளத்துக் கரை ஓரங்களில் பனைமரங்கள் வளர்ந்-திருப்பதை பார்த்திருப்போம். அதன் நோக்கம், குளத்துக் கரை மண் அரிக்காமல் தடுக்க பனை மரத்தின் சல்லி வேர் உதவும் என்பதே.

கோழிக்குஞ்சுகள் பறிபோகாது

கோழிக்குஞ்சுகள் வளரும் காலத்தில் காக்கைகள் உள்பட பல பறவைகள் அதனை வேட்டையாடத் தொடங்கிவிடும். அப்படி வேட்-டையாடும் பறவைகளை வெறித்தனமாகப் பல அடி தூரம் பறந்து விரட்-டியடிக்கும் கோழிகளை நாம் பார்த்திருப்போம். இப்படி கோழிக்குஞ்சுகள் இழக்காமல் இருக்கவும் பனைமரங்கள் உதவி புரிகிறது.

பனைமரத்தின் முக்கிய சிறப்பம்சங்களில் ஒன்று அந்த மரத்தில் கரிக்குருவிகள் கூடுகட்டுவது. பல ஆண்டுகளாக கோழிக்குஞ்சு வளர்க்-

கும் விவரம் தெரிந்தவர்கள் தங்கள் பகுதிக்கு அருகே இருக்கும் பனை-மரங்களில் ஓலை வெட்டமாட்டார்கள். காரணம் அடர்ந்த பனைம-ரங்களில் மட்டுமே கரிக்குருவிகள் கூடுகட்டும். அது கூடு கட்டத் தொடங்குவது முதல் முட்டையிட்டுக் குஞ்சுகள் பொரிப்பது வரைக்கும் அப்பகுதியில் அந்த மரங்கள் இருக்கும் பக்கத்திற்கு வேறு எந்தப் பறவைகளும் வராது. முட்டையிட்டுக் குஞ்சு பொரிக்கும் வரை ஆண் குருவி அல்லது பெண் குருவி என்று இரண்டில் எதோ ஒன்று மாற்றி மாற்றி எப்போதும் காவல் இருக்கும். வேறு எதாவது பறவைகள் வந்தால் கொத்தி விரட்டி அடித்துவிடும்.

கைக்குள் அடங்குவது போலக் கரிக்குருவி மிகச்சிறியது. ஆனால் அதன் வலிமை பெரியது. பெருங்கமுகையே விசையோடு கொத்தி விரட்டி அடிக்கும் திறன் வாய்ந்தது. அப்படி கரிக்குருவி கூடு கட்டும் தருணத்தில் கோழிக்குஞ்சுகளை இறக்கி விட்டுவிட்டால் ஒன்றும் பிரச்-சினையே இல்லை. குஞ்சுக்கு காவல் காக்கும் வேலையை கரிக்குருவி பார்த்துக்கொள்ளும்.

தூக்கணாங் குருவிகளின் வசிப்பிடம் —— மழைக்கான அறிகுறி

பனை ஓலை எவ்வளவு வழுவழுப்பாக இருந்தாலும் அதில் கூடு கட்டும் திறன் உடையது தூக்கணாங் குருவி. ஓலைகளின் இணுக்கு-களில் குருவி ஒரு வகையான பசையை தடவி கிழித்த தோகையைக் கொண்டு வந்து கூடு பின்னுகிறது.

பனைமரங்கள் கோடை காலத்தில் மட்டுமே குலை வைக்கும். அதை வைத்து ஆண் பனை எது பெண் பனை எது என்று எளிதாக கண்-டறிந்து விடலாம். ஆனால் மற்ற சமயங்களில் ஆண் பனைக்கும் பெண் பனைக்கும் வித்தியாசம் காண்பது அரிதான செயல். அப்படிப்பட்ட காலத்திலும் ஆண் பனை எது பெண் பனை எது என்பதைக் கண்-டறிவதில் தூக்கணாங் குருவிகள் மனிதனைவிட புத்திசாலிகள். அப்படி ஆண் பனையை கண்டறிந்து அதில் கூடுகட்டி வாழத் தொடங்கும். ஆண் பனைகளில் கூடுகட்டுவதற்கான காரணம் அதில் மனிதர்களுக்கு வேலை. அதனால் குருவிகளுக்கு நோ டிஸ்டர்பன்ஸ். இந்த தூக்கணாங் குருவிகளின் கூடுகளை வைத்தே மழை வருவதை கணித்து விடுவார்கள் நம்ம ஊர் விவசாயிகள்.

ஒரு பனை மரம் தரும் பலன்கள்

ஒரு பனை மரம் ஆண்டுக்கு நூற்றி ஐம்பது லிட்டர் பதநீர், ஒரு கிலோ தும்பு, பதினாறு நார் முடிச்சுகள், இருபத்தி நான்கு கிலோ வெல்லம், இரண்டு கூடைகள், இரண்டு தூரிகைகள், ஆறு பாய்கள் கிடைக்கிறது. இப்படி ஆண்டுக்கு ஆறு ஆயிரம் முதல் எட்டு ஆயிரம் வரை வருமானம் தருகிறது.

இந்தியாவில் உள்ள பனை மரங்களில் ஐம்பது சதவீத பனை மரங்கள் தமிழ் நாட்டில் தான் உள்ளது. ஆனால் அவை நாகரிகத்தின் பேரில் கொஞ்சம் கொஞ்சமாக அழிந்து கொண்டே வருகிறது. கடந்த நாற்பத்தி ஐந்து ஆண்டுகளில் மட்டும் இரண்டு கோடி பனை மரங்கள் அழிந்து போயிருக்கிறது.

இப்படி பலவித நன்மைகள் தரும் நமது மாநில மரத்தை அழிய விட்டிடலாமா?

'யானை இருந்தாலும் ஆயிரம் பொன், இறந்தாலும் ஆயிரம் பொன்' என்ற பழமொழி யானைக்கு மட்டுமல்லபனைமரத்துக்கும் பொருந்தித்-தான் போகிறது.எந்தவித செலவுமின்றி வளர்ந்து நிற்கும் பனைமரங்கள் குறைந்தது 60 வருடங்களுக்கு மேல் வாழும். வேர் முதல் நுனி வரை பனையின் ஒவ்வொரு பகுதியும் நமக்கு பயன் தருபவை. இதனாலேயே கேட்டதைக் கொடுக்கும் கற்பகத்தருவோடு ஒப்பிட்டு 'பூலோகத்து கற்ப-கத்தரு' என்கின்றனர் நம் முன்னோர். ஐம்பது ஆண்டுகளுக்கு முன்பு தமிழகத்தில் 30 கோடி பனை மரங்கள் இருந்தன. தற்போது வெறும் 5 கோடிக்கும் குறைவாகத்தான் உள்ளது. அந்த மரங்களும் அழிவின் விளிம்பில் நிற்கின்றன.

வெயில் காலத்தில் நம்மைப் பாதுகாக்க இயற்கை தந்துள்ள வரப்பி-ரசாதம் இந்த பனைமரங்கள் எனலாம். பனை உடலுக்கு ஊட்டத்தை அளித்து, குளிர்ச்சி தருவது. நுங்கு, பதநீர், பனம்பழம், பனைவெல்லம், பனங்கற்கண்டு, பனங்கிழங்கு, மட்டை, ஓலை, குருத்து, பனை கருக்கு, பனைப்பால், முற்றிய மரம் என பனையில் இருந்து கிடைக்கும் அனைத்துப் பொருட்களுமே மருத்துவ குணம் வாய்ந்தவை. அவ்வளவு ஏன்? தமிழ் மொழியின் எழுத்துகள் முதன் முதலில் பதியப்பட்டது பனை ஓலையில்தான். பனைமரம் தான் தமிழரின் அடையாளம். தமிழகம், மலேசியா, இலங்கை, மொரீசியஸ் தீவு, தென்னாப்பிரிக்கா என தமிழர் வாழ்ந்த இடங்களில் எல்லாம் பனைமரமும் வளர்ந்தது. மண் அரிப்பைத்

தடுக்கும் இயற்கையான அரணாக நம் முன்னோர் இதனை வயல் வரப்-புகளிலும் குளம், கால்வாய்கள், ஆற்றுப்படுகைகளிலும் கடலை ஒட்டிய பகுதிகளிலும் வளர்த்தனர்.

நம்நாட்டின் இயற்கைச் செல்வங்களுள் சிறப்பானது பனைச்செல்வம். இதை வற்றாத புதையல் என்றே கூறலாம். ஒரு பனை குறைந்தது 30 அடி உயரத்திற்கு வளர்வதோடு, பல உயிரினங்களுக்கு இருப்பிடமாக, கூடுகளை அமைத்து தங்களது இனத்தை விருத்தி செய்யவும், எதிரி-களிடமிருந்து காக்க உதவும் அரணாகவும் இருக்கிறது. அணில்களும் எலிகளும் பனைமரத்தில் கூடு அமைத்து வாழ்கின்றன. உயரத்தில் பறக்-கும் பறவைகளான பருந்துகளும் வானம்பாடிப் பறவைகளுக்கும் இருப்-பிடமாகவும் பனை இருக்கின்றது.

பனை ஓலையின் நுனியில்தான் தூக்கணாங்குருவிகள் தங்களின் அழகான கூடுகளை வடிவமைத்து கூட்டாக வாழ்கின்றன. பனைமரங்-களில் வாழும் இந்தப் பறவைகள்தான் பகல் பொழுதில் வயல்களில் இருக்கின்ற பூச்சிகளையும், கூட்டுப்புழுக்களையும் உண்டு விவசாயத்-திற்கு பல நன்மைகளைச் செய்கின்றன.

பனைமரத்தின் ஒவ்வொரு பாகமும் ஆதிகாலம் தொட்டே பயன்பாட்டில் உள்ளது. பனைமரத்திலிருந்து 834 விதமான பொருட்கள் மக்கள் பயன்-பாட்டுக்கு கிடைக்கின்றன.

பனை ஓலையில் வைக்கப்படுகின்ற பொருட்கள் எளிதில் கெட்-டுப்போகாது. பிளாஸ்டிக் பொருட்களின் வருகைக்கு முன்னர் பனை ஓலைகளைக் கொண்டுதான் கூடைகள், சாப்பிடஉதவும் தொன்னைகள், தட்டுகள், குதிர்கள், பெட்டிகள், பாய்கள்போன்றவற்றை நம் முன்னோர் செய்துபயன்படுத்தினர்.முளைத்து கிழங்கு விட்ட பனை விதை மிகச் சிறந்த சிற்றுணவாக பயன்படுகிறது. பனங் கிழங்கிற்குஉடல் குளிர்ச்சியை தரும் தன்மையும் உண்டு. பனங்கிழங்கை சாப்பிட்டு வந்தால் உடல் பலம் பெறுவதுடன், உடல்அழகும் கூடும்.

கோடை வெயில் 100 டிகிரி பாரன்ஹீட்டைத் தாண்டி மக்களை வாட்டி வதைத்துவரும் நிலையில், தாங்கள் வெயிலால் பாதிக்கப்பட்டுக் கொண்-டிருக்கிறோம் என்பதைப் பொருட்படுத்தாமல், கொதிக்கும் வெயிலிலும், சாலையோர வெட்டவெளிகளிலும், நம் தாகத்தை தணிக்க நுங்கோடும்,

பதநீரோடும் விற்பனையில் இறங்கி நிற்பவர்களின் உழைப்பு

அத்தனை சுலபமில்லை. மிக உயர்ந்த பனை மரங்களின் மீது தங்கள் உயிரைப் பணையம் வைத்து, ஏறி, பனை தரும் அத்தனை பலன்களையும் நமக்காக கொண்டு வந்து சேர்க்கும் இந்த உழைப்பாளிகளிடம் பேரம் பேசாமல் வாங்கிச் செல்வதே சிறந்தது. ஏனெனில் பனைத்தொழிலில் ஈடுபடுவோரின் உழைப்பு மிகவும் அதிகம். ஆனால் அவர்களின் வருமானமோ மிகமிகக் குறைவு.

முக்கியமாக பனை மரத்திலிருந்து கிடைக்கும் நுங்கும் பதநீரும் கோடையில் நமக்கு அள்ளித் தரும் நன்மைகள் ஏராளம்! கோடை காலத்திற்காக இயற்கை நமக்கு அளித்த கொடை பனை நுங்கு. தித்திக்கும் சுவையுடைய ஜெல்லி போன்ற நுங்கின் சுளை வெயில் காலத்திற்கேற்ற சிறந்த அருமருந்து மட்டுமல்ல, மிகச் சிறந்த குளிர்பானமாகும். நுங்கின் சுளை சுவையாக இருப்பது மட்டுமின்றி, எண்ணற்ற நன்மைகளைக் கொண்டது. நுங்கு எல்லா வயதினருக்கும் ஏற்ற சிறந்த சத்து மிக்க உணவு.

சிலருக்கு உடல் உஷ்ணம் காரணமாக, எவ்வளவுதான் தண்ணீர் குடித்தாலும் தாகம் அடங்காது. அவர்கள் நுங்கை சாப்பிட்டால், தாகம் சற்றென அடங்கிவிடும். கோடை காலத்திற்கேற்ற நீர்ச்சத்துக்களை அதிகம் உள்ளடக்கியுள்ள நுங்கில் தாதுக்கள், வைட்டமின் பி, இரும்புச்சத்து, கால்சியம், ஜிங்க், பொட்டாசியம், துத்தநாகம், சோடியம், மக்னீசியம், தயமின், அஸ்கார்பிக் அமிலம் மற்றும் புரதம் போன்ற சத்துக்கள் அதிகம் காணப்படுகின்றன..

கொழுப்பைக் கட்டுப் படுத்தி, உடல் எடையைக் குறைக்கும் தன்மை அதிகம் இதில் உள்ளது. உடல் எடையைக் குறைக்க நினைப்பவர்கள் உணவுக் கட்டுப்பாட்டுடன், நுங்கை அதிகம் சேர்த்துக் கொள்ளலாம். நுங்கில் உள்ள நீரானது வயிற்றை நிரப்பி, பசியையும் தூண்டும். மலச்சிக்கல் மற்றும் வயிற்றுப்போக்கு இரண்டுக்குமே நுங்கு மருந்தாக செயல்படுகிறது. உடலில் உள்ள கனிமச்சத்து மற்றும் சர்க்கரையின் அளவை சீராக வைப்பதுடன், ரத்தசோகை உள்ளவர்கள் தொடர்ந்து சாப்பிட்டு வந்தால் விரைந்து ரத்தசோகை நோய் குணமாகி உடல் சுறுசுறுப்பை பெறும்.

இதில் பொட்டாசியம் அதிகம் நிறைந்துள்ளதால் கல்லீரலில் உள்ள டாக்ஸின்களை வெளியேற்றி, கல்லீரலை ஆரோக்கியமாக வைத்துக் கொள்ள பேருதவியாக இருக்கிறது. நுங்குவில் ஆந்தோசையனின் என்னும் பைட்டோ கெமிக்கல் உள்ளது. இவை மார்பகப் புற்றுநோய் செல்கள் மற்றும் கட்டிகளின் வளர்ச்சியை தடுக்கும் சக்தியினை தன்னகத்தே கொண்டவை.

நுங்கை தொடர்ந்து சாப்பிட்டு வர கோடை காலத்தில் ஏற்படும் வியர்வை கொப்புளங்கள் நீங்கும். தோலுடன் நுங்கை சாப்பிட்டு வர சீதக்கழிச்சல் நோய் நீங்கும். நுங்கின் நீரை வேர்க்குருவில் தடவ அது குணமடையும். அதிகமான வெப்பம் காரணமாக கோடை காலத்தில் சின்னம்மை போன்ற நோய்கள் பரவும் வாய்ப்பு அதிகம் ஏற்படும். வெயில் காலத்தில் அம்மை நோய்கள் வருவதைத் தடுத்து, உடலுக்கு நோய் எதிர்ப்பு சக்தியைத் தரும் வல்லமை பெற்றது நுங்கு. வெயில் காலத்தில் நுங்கை அதிகம் சாப்பிடுவதால், சின்னம்மையினால் ஏற்படும் அரிப்புக்களை தடுத்து, உடலை குளிர்ச்சியுடன் வைத்துக் கொள்ளலாம்.

பதநீர் வெப்பத்தைத் தணிப்பதுடன், துவர்ப்பும் இனிப்பும் கலந்த சுவை கொண்டது. பனையிலிருந்து கிடைக்கப்பெறும் பதநீர் கோடை வெயிலுக்கேற்ற மிகச் சிறந்த குளிர்ச்சியினைத் தரக்கூடிய ஒரு பானமாகும். உடல் சூட்டைத் தணித்து, நம் உடலினை குளிரவைக்கும் தன்மை கொண்டது. நமது உடல் வெயில் காலத்தில் சந்திக்கும் அனைத்து பிரச்சனைகளில் இருந்தும் நம்மைக் காக்கும் நுண்சத்துக்கள் பதநீரில் அதிகம் இடம்பெற்றுள்ளன. பனைமரத்தின் பதநீரை சுவையில் மிஞ்ச முடியாது. இந்த பதநீரில் சோறு, பொங்கல், கொழுக்கட்டை, அவி அரிசி தயாரிக்கலாம்.

பதநீர் மேக நோயை தீர்க்கும் அருமருந்து. ரத்த சோகையைப் போக்குவதுடன், ரத்தக்கடுப்பு, அதிக உஷ்ணம், பசியின்மை, வயிற்றுப்புண், வாய்வு சம்பந்தமான நோய்களையும் குணப்படுத்துகிறது. தலையில் பேன் தொல்லை இருப்பவர்கள், பதநீரைத் தலையில் தேய்த்துக் குளிக்கலாம். இதனால் சருமமும் உடலும் சேர்ந்தே பொலிவடையும். எல்லா நன்மைகளையும் உள்ளடக்கிய பனை மரம், பிஞ்சிலிருந்து மரமாகி, கீழே விழும் வரை எல்லா வகையிலும்நமக்கு பயன் தருகிறது.

- நுங்கை பதநீர் மற்றும் இளநீருடன் இணைத்து ஜூஸாக அருந்தலாம்.
- நுங்கை மசித்து வியர்க்குரு கட்டிகள் இருக்கும் இடத்தில் பூசினால், விரைவில் சரியாகும். தோலும் பளபளப்பாகும்.
- நுங்கை அரைத்து, தேங்காய்ப்பால் சேர்த்துக் குடித்தால், அல்சர், வயிற்றுப்புண் பிரச்னை தீரும்.
- மலச்சிக்கலால் அவஸ்தைப்படுபவர்கள், காலையில் வெறும் வயிற்றில் நுங்கு சாப்பிட்டால், மலச்சிக்கல் பிரச்சனையில் இருந்து விடுபடலாம்.
- கர்ப்பிணிகள் நுங்கு சாப்பிட்டால், செரிமானம் அதிகரிப்பதுடன், மலச்சிக்கல் மற்றும் அசிடிட்டி போன்ற பிரச்சனைகளில் இருந்து விடுபடலாம்..

பனை மரம், பிஞ்சிலிருந்து மரமாகி, கீழே விழும் வரை எல்லா வகையிலும்நமக்கு பயன் தருகிறது.

தமிழகத்தின் மாநில மரம் பனை. புல்லினத்தைச் சேர்ந்த ஒரு தாவரப் பேரினம். தமிழ்நாட்டின் கால நிலையை ஒத்த மிதவெப்ப மண்டல பகுதிகளில் வளரும் தன்மையுள்ள பனை, குறைந்தது 60 வருடங்களுக்கு மேல் வாழும். வேர் முதல் நுனி வரை பனையின் ஒவ்வொரு பகுதியும் நமக்கு பல பயனுள்ள பயன்களைத் தருகின்றது.

மிக நீளமான உறுதியான சல்லி வேர் தொகுப்பை இது பெற்றிருப்பதால் மண் அரிப்பைத் தடுக்கும் இயற்கை அரணாக நம் முன்னோர் இதனை வயல் வரப்புகளிலும் குளம் கால்வாய்கள், ஆற்றுப்படுகைகளிலும் கடலை ஒட்டிய பகுதிகளிலும் வளர்த்தனர். இடத்தின் எல்லைகளைக் குறிக்கவும் வயல்களிலும் தோட்டங்களிலும் நட்டனர்.

கரும் பாறையைப் போன்ற உறுதியான பனையின் தண்டுப்பகுதி குடிசை மற்றும் ஓட்டு வீடுகளில் பனங்கையாகவும் பனம் வரிச்சலாகவும் சிறு கால்வாய்கள், வாய்க்கால்களைக் கடக்க உதவும் மரப்பாலமாகவும் பயன்படுகிறது.

பல சங்க இலக்கிய நூல்கள் கிடைக்கப் பெற்றது ஓலைச்சுவடி என்று சிறப்பித்து கூறும் பனை ஓலையால்தான். திருவள்ளுவர் என்றதும் நம் நினைவில் தோன்றுவது ஓலைச்சுவடியும் எழுத்தாணியும் ஏந்திய திருவள்ளுவரைத்தான். ஒரு வேலை பனை இல்லை என்றால் சங்கத்த-

மிழ் நூல்களும் பல வரலாற்றுக் குறிப்புகளும் நமக்கு கிடைக்காமலேகூட போயிருக்கலாம்.

சிறப்பம்சங்கள்

சங்க காலத்தில் செய்திப் பரிமாற்றங்கள் பனை ஓலையில்தான் நடைபெற்றன. கடும் புயலைக்கூட தாங்கி நிற்கக்கூடிய வீடுகளை நம்- முன்னோர் பனை ஓலையால்தான் முடைந்தனர். தோல் பொருள்கள் பிளாஸ்டிக் பொருள்களின் வரவுக்கு முன்னால் பனை ஓலைகளைக் கொண்டுதான் கூடைகள், சாப்பிட உதவும் தொன்னைகள், குதிர்கள், பெட்டிகள், பாய்கள் போன்றவற்றை நம் முன்னோர் செய்து பயன்படுத்- தினர். பனை ஓலையில் வைக்கப்படுகின்ற பொருள்கள் எளிதில் கெட்- டுப் போவதில்லை. இன்றும்கூட சில கிராமப்புறங்களில் உணவுகளைப் பனை ஓலையில்தான் கொடுப்பார்கள்.

மின்சார வரவுக்கு முன்னால் வெயில் காலங்களில் பனை விசிறிக்கு நமக்கு பெரிதும் உதவின. நிறைய விளையாட்டு பொருள்கள் செய்ய பனை பயன்படுகிறது. பனையில் நொங்கு வண்டிகள், காத்தாடிகள், பனை விதைப் பொம்மைகள் செய்து சிறுவர்கள் விளையாடினர். பனை ஓலையைத் தாங்கி நிற்கக் கூடிய மட்டை, வீடுகளைச் சுற்றி வேலி அமைக்கவும், தடுப்புத்தட்டிகள் பின்னுவதற்கும், கயிறு திரிக்கவும் பயன்- படுகிறது. வெயில் காலங்களில் அற்புதம் பனை நொங்கு. தித்திக்கும் சுவையுடைய ஜெல்லி போன்ற நொங்கின் சுளை வெயில் காலங்களில் ஒரு சிறந்த குளிர் பானமாகவும், தாதுப் பொருள்கள், விட்டமின்கள், நீர்சத்துக்களைக் கொண்ட மருந்தாகவும் பயன்படுகிறது.

முளைத்து கிழங்கு விட்ட பனை விதை மிகச் சிறந்த சிற்றுணவாக பயன்படுகிறது. அதில் அதிக அளவு நார்சத்துக்கள். தாதுப் பொருட்கள் உள்ளன. பனையிலிருந்து கிடைக்கப்பெறும் பதனீர் ஒரு சிறந்த குளிர்ச்- சிபானமாகும். பதனீரைக் காய்ச்சி பனைவெல்லம் (கருப்பட்டி) செய்யப்- படுகிறது. பனைவெல்லம் ஒரு சிறந்த மருத்துவ குணமுடைய இனிப்பு பொருளாகும்.

பயன்கள்

● மனித சமுதாயத்திற்கு இவ்வளவு பயன்களை அளித்த பனை மரங்கள் இன்று மனிதனின் பார்வையில் பயனற்று நிற்கின்றன.

- பனைச்சட்டங்களும் ஓலைக்குடிசைகளும் மாறி காங்கிரிட் வீடுகளாக்கப்பட்டன. ஓலைச்சுவடிகள் மாறி குருந்தகடானது. கருமையான பனம் கருப்பட்டியை விட்டு வெள்ளை சீனியை விரும்புகின்றோம். இன்றைய நாகரிக வளர்ச்சியில் காடுகள் பெருமளவிற்கு அழிக்கப்பட்டதால் பல உயிரினங்களின் உயிர் ஆதாரமாக பனைமரங்களே விளங்குகின்றன.

- கூட்டமான மரங்களைக் கொண்ட காடுகள் பெருமளவிற்கு அழிக்கப்பட்டதால் பல உயிரினங்களின் உயிர் ஆதாரமாக பனை மரங்களே விளங்குகின்றன.

- கூட்டமான மரங்களைக் கொண்ட காடுகள் அழிக்கப்பட்ட பின்னர் இரவில் வாழ்க்கை நடத்தும் பல விலங்குகளுக்கும் பறவைகளுக்கும் பகல் பொழுதில்

- ஓய்வெடுக்கவும், எதிரிகளிடமிருந்து ஒளிந்துகொள்ள உதவும் ஒரு முக்கிய இடமாகவும் பனையே விளங்குகிறது.

- பனையின்வேர் பகுதிகளில் எறும்புகளும், பூச்சிகளும் பல சிறு செடிகளும் வாழ்கின்றன. பனையின் வேர்ப்பகுதியில் விழும் தாவரங்களின் விதைகள் பனையைச் சுற்றியும் ஒட்டியும் வளர்கின்றன. இயற்கையில் ஆலமரங்களும் அரச மரங்களும் பெரும்பாலும் பனையை ஒட்டி வளர்பவையே.

- பனையின் தண்டுப் பகுதியை ஆதாரமாகக் கொண்டு பல வகையான ஓணான்களும் பல்லி இனங்களும் வாழ்கின்றன. பனையின் கழுத்து பகுதிகளிலும் பனை ஓலைகளிலும் பல வகையான வெளவால்களும் சிறு குருவிகளும் வாழ்கின்றன. ஒரு வெளவால் ஒரு இரவுப் பொழுதில் பல நூற்றுக்கணக்கான ஈக்களையும் கொசுக்களையும் பிடித்து உண்டு விவசாயம் செழிக்க நமக்கு உதவுகிறது.

- பனையின் தண்டுப் பகுதியை ஆதாரமாகக் கொண்டு பல வகையான ஓணான்களும் பல்லி இனங்களும் வாழ்கின்றன. பனையின் கழுத்து பகுதிகளிலும் பனை ஓலைகளிலும் பல வகையான வெளவால்களும் சிறு குருவிகளும் வாழ்கின்றன. ஒரு வெளவால் ஒரு இரவுப் பொழுதில் பல நூற்றுக்கணக்கான ஈக்களையும் கொசுக்களையும் பிடித்து உண்டு விவசாயம் செழிக்க நமக்கு உதவுகிறது.

- பனையின் தலைப்பகுதியில் அணில்களும் எலிகளும் கூடு அமைத்து வாழ்கின்றன. மேலும் உயரப் பறக்கும் பறவைகளான பருந்துகளுக்கும் வான்பாடி பறவைகளுக்கும் இருப்பிடமாக பனை விளங்குகிறது. பனை ஓலையின் நுனியில் தூக்கணாங்குருவிகள் தங்களின் சிறப்புமிக்க கூடுகளைப் பெருமளவு அமைத்து கூட்டாக வாழ்கின்றன. பகல் பொழுதில் வயல்களில் இருக்கின்ற பூச்சிகளையும், கூட்டுப்புழுக்களையும் உண்டு விவசாயத்திற்கு பல நன்மைகளைச் செய்கின்றன.

- ஒரு பனை குறைந்தது 30 அடி உயரத்திற்கு வளருமாதலால் பல உயிரினங்களுக்கு இருப்பிடங்களாகவும் கூடுகளை அமைத்து தங்களது இனத்தை விருத்தி செய்யவும், எதிரிகளிடமிருந்து காக்க உதவும் அரணாகவும் பனை விளங்குகிறது.

- "இருந்தாலும் ஆயிரம் பொன்; இறந்தாலும் ஆயிரம் பொன்‘ என்ற வாசகம் நடமாடும் கறுத்த யானைக்கு மட்டுமல்ல என்றும் நிலையாக கறுத்து உயர்ந்து நிற்கும் பனைமரத்துக்கும் பொருந்தும்.

- ஒரு பனை உயிர்நீத்து தலை வீழ்ந்த போதிலும் பனையின் பட்டுப்போன மரப்பகுதி பல பறவைகளுக்கு கூடுகளை அமைத்து முட்டையிட்டு குஞ்சுகள் வளர்க்கச் சிறந்த பாதுகாப்பான இடமாக இருப்பதால் பல பறவைகள் ஓர் மாடி வீட்டில் வசிப்பது போல கூட்டமாக வாழ்கின்றன. தற்போது அருகி வரும் உயிரினங்களான பச்சைக் கிளிகள், பனங்காடைகள், வானம்பாடிகள், மைனாக்கள், ஆந்தைகள், வெளவால்கள், உடும்பு, மரநாய் போன்றவற்றின் கடைசி இருப்பிடம் பனைதான்.

பனை மரம்

தமிழகத்தின் மாநில மரம் பனை. புல்லினத்தைச் சேர்ந்த ஒரு தாவ-ரப் பேரினம். தமிழ்நாட்டின் கால நிலையை ஒத்த மிதவெப்ப மண்டல பகுதிகளில் வளரும் தன்மையுள்ள பனை, குறைந்தது 60 வருடங்-ளுக்கு மேல் வாழும். வேர் முதல் நுனி வரை பனையின் ஒவ்வொரு பகுதியும் நமக்கு பல பயனுள்ள பயன்களைத் தருகின்றது

பனை மரம், பிஞ்சிலிருந்து மரமாகி, கீழே விழும் வரை எல்லா வகையிலும்நமக்கு பயன் தருகிறது.

பனையின்தலைப்பகுதியில்அணில்களும் எலிகளும் கூடு அமைத்து வாழ்கின்றன. மேலும் உயரப் பறக்கும்பறவைகளான பருந்துகளுக்கும் வான்பாடி பறவைகளுக்கும் இருப்பிடமாகபனைவிளங்குகி-றது.பனைஓலையின் நுனியில் தூக்கணாங்குருவிகள் தங்களின் சிறப்பு-மிக்க கூடுகளைப் பெருமளவு அமைத்து கூட்டாக வாழ்கின்றன.

'யானைஇருந்தாலும் ஆயிரம் பொன், இறந்தாலும் ஆயிரம் பொன்' என்ற பழமொழி யானைக்குமட்டுமல்லபனைமரத்துக்கும் பொருந்தித்தான் போகிறது.

இப்படி எண்ணற்ற சிறப்புகளை நமக்குமட்டுமல்லாது நம்மைச் சுற்றி வாழ்கின்றப் பல உயிரினங்களுக்கு வாழ்வாதாரமாகவிளங்கும் பனை-யைக் காப்போம்!

நான்

வாசகர்களால் நான்
வாசகர்களுக்காக நான்

முற்போக்கு எழுத்தாளர் வி.எஸ்.ரோமா – கோயம்புத்தூர்
+91 82480 94200
20 புத்தகங்கள் எழுதியுள்ளேன்
விருதுகள் பல பெற்றுள்ளேன்.
கதை , கவிதை, கட்டுரை, நாவல் பொன்மொழி, நாடகம்
எழுதுவேன்.

என்
எழுத்து
என் மூச்சுள்ள வரை
என் வாசிப்பே
என் சுவாசிப்பு

என்றும்
எழுதிக் கொண்டிருக்க வே
என் ஆசை

நான் திருமணமே செய்து கொள்ளாத பெண்மணி என்பதில்
எனக்கு மகிழ்வே.

என் எழுத்துக்கு முழு ஒத்துழைப்பு கொடுப்பவர்கள் என்
பெற்றோர்களே.

தந்தை
கா சுப்ரமணியன் _ தாசில்தார் – ஓய்வு

தாய்.
சு. கிருஷ்ணவேணி

என் பெற்றோர்களே
என்
எழுத்துக்கும்
எனக்கும் முழு ஒத்துழைப்பு தருகின்றவர்கள் என்பதில்
எனக்கு மகிழ்ச்சியே.

நான் ரோமா ரேடியோ
என்ற பெயரில் எஃப் எம் ஆரம்பித்துள்ளேன்.

என்
எழுத்து
என் ரோமா வானொலி மூலம்
எங்கும் ஒலிக்க
எட்டு திக்கும் ஒலிக்க
என் ஆவல்.

பெண்களை

பெரிதாக நினைத்துப்
பெரும் மகிழ்ச்சியடைந்து
பெருமைப் படுத்த வேண்டும்.

முற்போக்கு எழுத்தாளர்
வி.எஸ். ரோமா
Roma Radio
கோயம்புத்தூர்
+91 82480 94200

www.ingramcontent.com/pod-product-compliance
Lightning Source LLC
Chambersburg PA
CBHW021140260726
48656CB00023B/1087